In order to achieve the best results in both Panjabi and English,
the texts in this book are not literal translations.

The author and publisher would like to thank the following:

The Bhogal family, especially Ranjit and Parveen; Sarah Dhanjal; Station
Commander Tom Sawyer and all the firefighters at Southall Fire Station
for their participation in this book.

K. C. Mohan for his valuable help and advice.

Dr. Christopher Shackle, Professor of Modern Language of South Asia, SOAS,
University of London for checking the Panjabi texts, and for all
his valuable advice.

Helen Atha, Press & Public Relations Officer, London Fire
and Civil Defence Authority.

Design by Andrew Shoolbred

First published in Great Britain 1987 by
Hamish Hamilton Children's Books
27 Wrights Lane, London W8 5TZ
Copyright © 1987 text by Beryl Dhanjal
Copyright © 1987 photographs by Liba Taylor

British Library Cataloguing in Publication Data
Dhanjal, Beryl
  Ranjit and the fire engines. – (Duets).
  1. English language – Panjabi   2. Readers
  –1950-
  I. Title   II. Series
  428.6'49142   PE1130.I85
  ISBN 0–241–12050–0

Printed and bound in Great Britain by
William Clowes Limited, Beccles and London

DUETS
ਦੁਗਾਣੇ

English / Panjabi

ਅੰਗਰੇਜ਼ੀ/ਪੰਜਾਬੀ

Ranjit and the Fire Engines

ਰਣਜੀਤ ਅਤੇ ਫ਼ਾਇਰ ਇੰਜਣ

Story by Beryl Dhanjal

ਕਹਾਣੀਕਾਰ: ਬੈਰਲ ਧੰਜਲ

Photographs by Liba Taylor

ਫ਼ੋਟੋਗਰਾਫ਼ੀ: ਲੀਬਾ ਟੇਲਰ

Hamish Hamilton · London

ਹੇਮਿਸ਼ ਹੈਮਲਟਨ ਲੰਡਨ

Ranjit and his brother Parveen were playing at
Sarah's house.

'Me maw! Me maw! Here's the fire engine,'
said Ranjit.

ਰਣਜੀਤ ਤੇ ਉਸ ਦਾ ਭਰਾ ਪਰਵੀਨ ਸਹਿਰਾ ਦੇ ਘਰ ਖੇਡ ਰਹੇ
ਸਨ । "ਮੀ ਮੌਂ! ਮੀ ਮੌਂ! ਫ਼ਾਇਰ ਇੰਜਣ ਆ ਰਿਹਾ ਹੈ!" ਰਣਜੀਤ
ਨੇ ਕਿਹਾ ।

'Let's go to the shops to buy some food for dinner,' said Sarah's mum. 'Then we can go to the park.'

The children set off at a run.

"ਚਲੋ! ਦੁਕਾਨਾਂ ਤੋਂ ਕੁਝ ਖਾਣ ਵਾਸਤੇ ਲੈ ਆਈਏ," ਸਹਿਰਾ ਦੀ ਮੱਮੀ ਨੇ ਕਿਹਾ। "ਫੇਰ ਅਸੀਂ ਪਾਰਕ ਜਾਵਾਂਗੇ।" ਬੱਚੇ ਦੌੜ ਪਏ।

They walked past the fire station. There was a big notice leaning against a fire engine. It read 'OPEN DAY'.

'Let's go in,' said Ranjit.

ਉਹ ਫ਼ਾਇਰ ਸਟੇਸ਼ਨ ਦੇ ਸਾਮ੍ਹਨਿਓਂ ਗੁਜ਼ਰੇ। ਇਕ ਫ਼ਾਇਰ ਇੰਜਣ ਦੇ ਕੋਲ ਇਕ ਵੱਡਾ ਨੋਟਿਸ ਸੀ। ਉਸ ਤੇ ਲਿਖਿਆ ਸੀ "ਖੁਲ੍ਹਾ ਦਿਨ।" "ਚਲੋ, ਅੰਦਰ ਚਲੀਏ।" ਰਣਜੀਤ ਨੇ ਕਿਹਾ।

At that moment, a fire engine arrived back at the fire station.

'We've just been putting out a fire near some garages,' said a firefighter.

ਉਸੇ ਵੇਲੇ ਇਕ ਫ਼ਾਇਰ ਇੰਜਨ ਵਾਪਸ ਫ਼ਾਇਰ ਸਟੇਸ਼ਨ ਤੇ ਆ ਗਿਆ । ''ਅਸੀਂ ਹੁਣੇ ਹੀ ਕੁਝ ਗੈਰਿਜਾਂ ਦੇ ਨੇੜੇ ਅੱਗ ਬੁਝਾ ਕੇ ਆਏ ਹਾਂ ।'' ਇਕ ਫ਼ਾਇਰਮੈਨ ਨੇ ਕਿਹਾ ।

The firefighters took off their special clothes and big boots.

'Hello,' they called to the children.

ਫ਼ਾਇਰਮੈਨਾਂ ਨੇ ਆਪਣੇ ਕੰਮ ਵਾਲੇ ਕਪੜੇ ਅਤੇ ਵੱਡੇ ਵੱਡੇ ਬੂਟ ਉਤਾਰੇ । ਉਹਨਾਂ ਨੇ ਬੱਚਿਆਂ ਨੂੰ ਹੈਲੋ ਕਿਹਾ ।

'Can I try your boots on?' asked Ranjit.

"ਕੀ ਮੈਂ ਤੁਹਾਡੇ ਬੂਟ ਪਾ ਸਕਦਾ ਹਾਂ?" ਰਣਜੀਤ ਨੇ ਪੁੱਛਿਆ ।

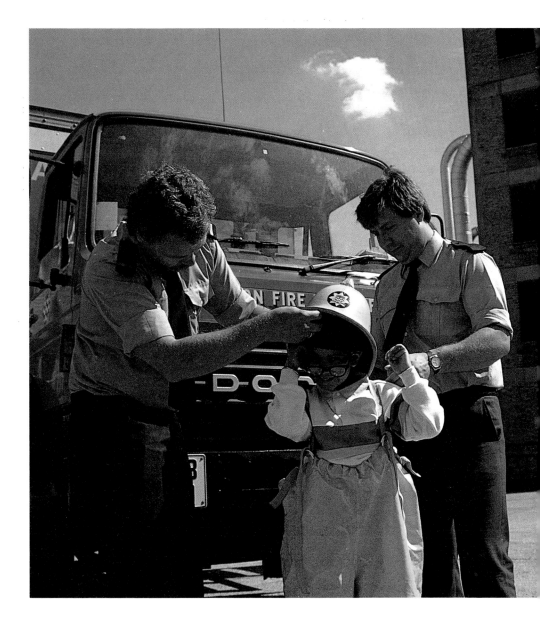

'They are a bit too big for me,' laughed Ranjit. 'Help! I can't even walk.'

"ਇਹ ਮੇਰੇ ਵਾਸਤੇ ਬਹੁਤ ਵੱਡੇ ਨੇ!" ਰਣਜੀਤ ਨੇ ਹੱਸਦਿਆਂ ਕਿਹਾ। "ਮੇਰੀ ਮਦਦ ਕਰੋ! ਮੈਂ ਚਲ ਵੀ ਨਹੀਂ ਸਕਦਾ।"

Ranjit climbed into the fire engine.

'It would be fun to drive this. Look at me,' he called to the others. Ranjit pretended he was racing to put out a fire.

ਰਣਜੀਤ ਫ਼ਾਇਰ ਇੰਜਣ ਤੇ ਚੜ੍ਹ ਗਿਆ। "ਇਸ ਨੂੰ ਚਲਾਉਣ ਦਾ ਬੜਾ ਮਜ਼ਾ ਆਵੇਗਾ। ਮੇਰੇ ਵਲ ਵੇਖੋ!" ਉਸ ਨੇ ਦੂਜਿਆਂ ਨੂੰ ਬੁਲਾਇਆ। ਰਣਜੀਤ ਇੰਜ ਕਰ ਰਿਹਾ ਸੀ ਜਿਵੇਂ ਕਿ ਉਹ ਅੱਗ ਬਝਾਉਣ ਵਾਸਤੇ ਜਲਦੀ ਜਲਦੀ ਬਾਹਰ ਜਾ ਰਿਹਾ ਸੀ।

Sarah and Parveen decided to try on some helmets.

'This helmet is heavy,' said Sarah.

ਸਹਿਰਾ ਤੇ ਪਰਵੀਨ ਟੋਪੀਆਂ ਪਾਉਣ ਦੀ ਕੋਸ਼ਿਸ਼ ਕਰ ਰਹੀਆਂ ਸਨ । "ਇਹ ਟੋਪੀ ਬਹੁਤ ਭਾਰੀ ਹੈ," ਸਹਿਰਾ ਨੇ ਕਿਹਾ ।

Then the children noticed a stall where a woman was selling toy helmets.

'This is a better fit,' said Sarah's mum.

ਫੇਰ ਬੱਚਿਆਂ ਨੇ ਇਕ ਹੱਟੀ ਵੇਖੀ ਜਿੱਥੇ ਇਕ ਔਰਤ ਨਿੱਕੀਆਂ ਟੋਪੀਆਂ ਵੇਚ ਰਹੀ ਸੀ । "ਇਹ ਟੋਪੀ ਠੀਕ ਲੱਗਦੀ ਹੈ ।" ਸਹਿਰਾ ਦੀ ਮੱਮੀ ਨੇ ਕਿਹਾ ।

The woman was also selling many other things. There were toy fire engines, pens, teddy bears and tea towels. Ranjit and Parveen looked at the fire engines.

ਔਰਤ ਹੋਰ ਬਹੁਤ ਸਾਰੇ ਕਿਸਮ ਦੇ ਖਿਡੌਣੇ ਵੇਚ ਰਹੀ ਸੀ। ਉਸ ਕੋਲ ਫ਼ਾਇਰ ਇੰਜਣ, ਪੈੱਨ, ਟੈਡੀ ਬੇਅਰ ਤੇ ਛੋਟੇ ਤੌਲੀਏ ਸਨ। ਰਣਜੀਤ ਤੇ ਪਰਵੀਨ ਫ਼ਾਇਰ ਇੰਜਣ ਵੇਖ ਰਹੇ ਸਨ।

'Hello!' called a firefighter, as he slid down the pole.

"ਹੈਲੋ!" ਇਕ ਫ਼ਾਇਰਮੈਨ ਨੇ ਖੰਭੇ ਤੋਂ ਥੱਲੇ ਖਿਸਕਦਿਆਂ ਕਿਹਾ ।

'Can I slide down the pole?' asked Ranjit.

'When we are called out to a fire, we need to move quickly. So we use this pole instead of the stairs,' said the firefighter.

"ਕੀ ਮੈਂ ਖੰਭੇ ਤੋਂ ਥੱਲੇ ਖਿਸਕ ਕੇ ਆ ਸਕਦਾ ਹਾਂ?" ਰਣਜੀਤ ਨੇ ਪੁੱਛਿਆ । "ਜਦੋਂ ਸਾਨੂੰ ਅੱਗ ਬੁਝਾਉਣ ਵਾਸਤੇ ਬੁਲਾਇਆ ਜਾਂਦਾ ਹੈ, ਸਾਨੂੰ ਤੇਜ਼ੀ ਵਿਚ ਜਾਣਾ ਪੈਂਦਾ ਹੈ । ਇਸ ਕਰਕੇ ਅਸੀਂ ਪੌੜੀਆਂ ਤੋਂ ਥੱਲੇ ਆਉਣ ਦੀ ਬਜਾਏ ਇਹ ਖੰਭਾ ਇਸਤੇਮਾਲ ਕਰਦੇ ਹਾਂ ।"

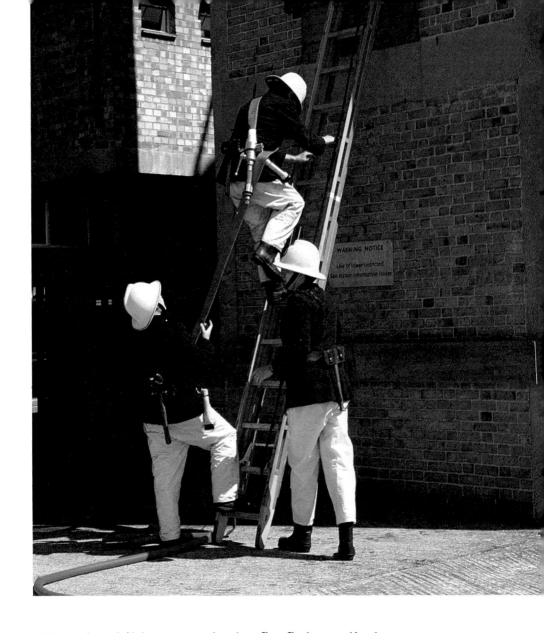

Then the children watched a firefighter climb up
a ladder.

ਫੇਰ ਬੱਚਿਆਂ ਨੇ ਇਕ ਫ਼ਾਇਰਮੈਨ ਨੂੰ ਪੌੜੀ ਤੇ ਚੜ੍ਹਦੇ ਵੇਖਿਆ ।

The firefighter turned on his hose to show how firefighters put out fires.

ਇਕ ਫ਼ਾਇਰਮੈਨ ਨੇ ਪਾਣੀ ਵਾਲੀ ਪਾਈਪ ਖੋਲ੍ਹ ਕੇ ਵਿਖਾਈ ਕਿ ਉਹ ਕਿਸ ਤਰ੍ਹਾਂ ਅੱਗ ਬੁਝਾਉਂਦੇ ਹਨ ।

Another firefighter helped Parveen hold a hose. A great jet of water shot out.

'This is fun,' laughed Parveen.

ਇਕ ਦੂਜੇ ਫ਼ਾਇਰਮੈਨ ਨੇ ਪਰਵੀਨ ਨੂੰ ਪਾਈਪ ਫੜਨ ਵਿਚ ਮਦਦ ਦਿੱਤੀ। ਪਾਣੀ ਦਾ ਵੱਡਾ ਫ਼ੁਹਾਰਾ ਨਿਕਲ ਆਇਆ। "ਇਹ ਬਹੁਤ ਮਜ਼ੇਦਾਰ ਹੈ!" ਪਰਵੀਨ ਨੇ ਹੱਸਦਿਆਂ ਕਿਹਾ।

'Can I have a go?' asked Ranjit.

'Do you want to hold this hose?' asked a firefighter. 'It sprays foam.'

The foam looked like a frothy snowstorm.

ਰਣਜੀਤ ਨੇ ਪੁੱਛਿਆ "ਕੀ ਮੈਂ ਵੀ ਇਹ ਕਰ ਸਕਦਾ ਹਾਂ?" ਫ਼ਾਇਰਮੈਨ ਨੇ ਉਸ ਤੋਂ ਪੁਛਿਆ "ਕੀ ਤੂੰ ਪਾਈਪ ਫ਼ੜਨਾ ਚਾਹੁੰਦਾ ਹੈਂ? ਇਹ ਝੱਗ ਸੁੱਟਦਾ ਹੈ।" ਝੱਗ ਇਕ ਬਰਫ਼ ਦੇ ਤੁਫਾਨ ਵਾਂਗ ਖਿਲਰ ਗਈ।

'Stand well back!' said the firefighter. He showed them how to put a fire out with foam. The flames were big, but the fire was put out in no time at all.

"ਸਾਰੇ ਪਿੱਛੇ ਜਾਉ!" ਇਕ ਫ਼ਾਇਰਮੈਨ ਨੇ ਕਿਹਾ । ਫੇਰ ਉਸ ਨੇ ਇਹ ਵਿਖਾਇਆ ਕਿ ਝੱਗ ਨਾਲ ਅੱਗ ਕਿਸ ਤਰ੍ਹਾਂ ਬੁਝਾਈ ਜਾਂਦੀ ਹੈ । ਭਾਬੜ ਤੇਜ਼ ਬਲ ਰਹੇ ਸਨ, ਪਰ ਅੱਗ ਇਕ ਦਮ ਬੁਝਾ ਦਿੱਤੀ ਗਈ ਸੀ ।

The children noticed another fire engine. They climbed on top of it to see how the hose worked. A firefighter showed them how the foam is aimed at a fire.

ਬੱਚਿਆਂ ਨੂੰ ਇਕ ਹੋਰ ਫ਼ਾਇਰ ਇੰਜਣ ਨਜ਼ਰ ਆਇਆ । ਬੱਚੇ ਇਹ ਵੇਖਣ ਵਾਸਤੇ ਉੱਤੇ ਚੜ੍ਹ ਗਏ ਕਿ ਉਸ ਦੀ ਪਾਈਪ ਕਿਸ ਤਰ੍ਹਾਂ ਕੰਮ ਕਰਦੀ ਹੈ । ਫ਼ਾਇਰਮੈਨ ਨੇ ਉਹਨਾਂ ਨੂੰ ਵਿਖਾਇਆ ਕਿ ਝੱਗ ਅੱਗ ਤੇ ਕਿਸ ਤਰ੍ਹਾਂ ਪਾਈ ਜਾਂਦੀ ਹੈ ।

'I bet you can shoot foam high in the air with this,' said Ranjit.

Then he had a thought. 'How do you know when there is a fire?'

ਰਣਜੀਤ ਨੇ ਕਿਹਾ "ਮੇਰੀ ਗੱਲ ਸੁਣੋ । ਇਸ ਨਾਲ ਪਾਣੀ ਬਹੁਤ ਉੱਚਾ ਅਸਮਾਨ ਵਿਚ ਸੁੱਟਿਆ ਜਾ ਸਕਦਾ ਹੈ ।" ਫੇਰ ਉਸ ਨੂੰ ਇਕ ਖ਼ਿਆਲ ਆਇਆ । "ਤੁਹਾਨੂੰ ਕਿਸ ਤਰਾਂ ਪੱਤਾ ਲੱਗਦਾ ਹੈ ਕਿ ਅੱਗ ਕਦੋਂ ਲੱਗ ਗਈ ਹੈ?"

Ranjit was taken to a special office.

'When someone dials 999, the Fire Service takes all the information,' said the firefighter.

ਰਣਜੀਤ ਨੂੰ ਇਕ ਖਾਸ ਦਫ਼ਤਰ ਵਿਚ ਲੈ ਜਾਇਆ ਗਿਆ । ਫ਼ਾਇਰਮੈਨ ਨੇ ਕਿਹਾ "ਜਦੋਂ ਕੋਈ ਨੌਂ ਨੌਂ ਨੌਂ ਨੰਬਰ ਤੇ ਫ਼ੋਨ ਕਰਦਾ ਹੈ, ਫ਼ਾਇਰ ਸੇਵਾ ਵਾਲੇ ਸਾਰੀ ਜਾਣਕਾਰੀ ਲੈ ਲੈਂਦੇ ਨੇ ।"

'The information comes through on this machine,' he told Ranjit. 'It tells us where the fire is, and how to get there.'

"ਇਸ ਮਸ਼ੀਨ ਤੇ ਸਾਰੀ ਜਾਣਕਾਰੀ ਆਉਂਦੀ ਹੈ" ਉਸ ਨੇ ਰਣਜੀਤ ਨੂੰ ਕਿਹਾ "ਇਹ ਸਾਨੂੰ ਦੱਸਦਾ ਹੈ ਕਿ ਅੱਗ ਕਿਥੇ ਲੱਗੀ ਹੋਈ ਹੈ ਅਤੇ ਕਿਹੋ ਜਹੀਆਂ ਚੀਜ਼ਾਂ ਦੀ ਲੋੜ ਪਵੇਗੀ ।"

Soon it was time to go home.

‘Thank you. Goodbye,’ called the children.

‘Goodbye. Come again,’ said the firefighters.

‘We forgot the shopping,’ said Sarah’s mum.

ਜਲਦੀ ਹੀ ਘਰ ਜਾਣ ਦਾ ਵੇਲਾ ਹੋ ਗਿਆ। “ਗੁਡਬਾਈ!” ਬੱਚਿਆਂ ਨੇ ਪੁਕਾਰਿਆ। “ਗੁਡਬਾਈ! – ਫੇਰ ਆਉਣਾ!” ਫ਼ਾਇਰਮੈਨਾਂ ਨੇ ਕਿਹਾ। “ਅਸੀਂ ਚੀਜ਼ਾਂ ਖਰੀਦਣੀਆਂ ਭੁੱਲ ਗਏ!” ਸਹਿਰਾ ਦੀ ਮੱਮੀ ਨੇ ਕਿਹਾ।

A few days later, Ranjit saw a fire engine rushing down the road.

'I wonder where the firefighters are going today,' thought Ranjit.

ਕੁਝ ਦਿਨ ਬਾਅਦ, ਰਣਜੀਤ ਨੇ ਰਸਤੇ ਤੇ ਤੇਜ਼ੀ ਵਿਚ ਜਾ ਰਿਹਾ ਫ਼ਾਇਰ ਇੰਜਣ ਵੇਖਿਆ । ਰਣਜੀਤ ਨੇ ਸੋਚਿਆ ''ਅੱਜ ਇਹ ਕਿੱਥੇ ਜਾ ਰਹੇ ਨੇ?''